AF414212

Nudo

Ìhòhò

Italiano-Yoruba

Libro illustrato bilingue per bambini

Richard Carlson

Suzanne Carlson

The author would like to thank the illustrator and translators for their help.

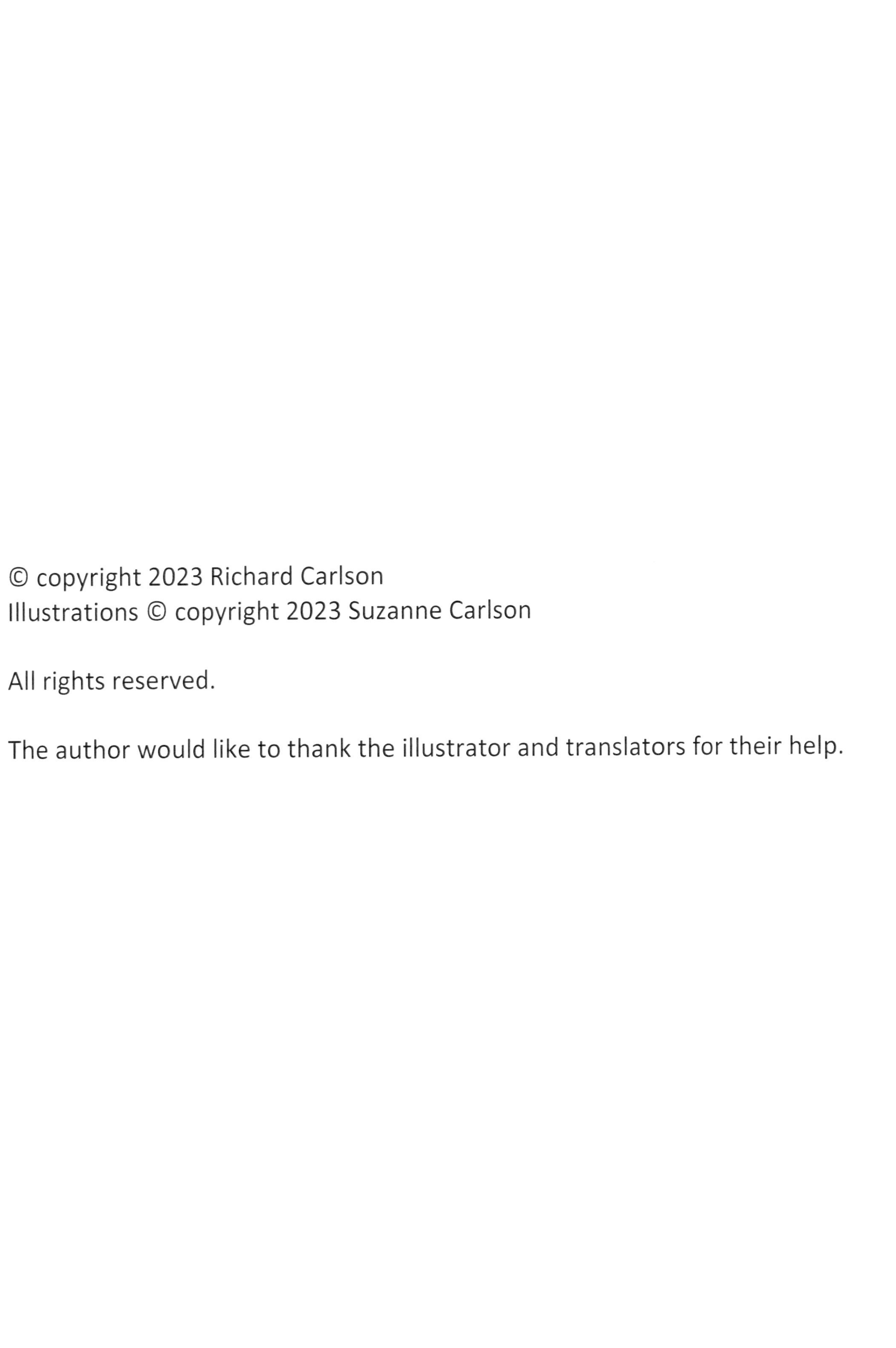

I miei due fratelli minori, Michael e Steven, ed io stavamo lottando in un'enorme, densa e profonda pozzanghera di fango nel nostro cortile. Poi, è arrivata l'ora di cena.

La mamma è entrata nel cortile sul retro e ha detto: "Spogliatevi che vi lavo".

Àwọn àbúrò ọkùnrin mi méjèèjì, Michael àti Steven, àti èmi ń jà ìjàkadì nínú adágún ẹrẹ̀ ńlá kan, tó nípọn, tó sì jìn léyìnkùlé wa. Léyìn náà, àkókò tó fún oúnjẹ alẹ́.

Mọ́mì rìn lọ sẹ́yìnkùlé wọ́n sì sọ pé, "bọ́ aṣọ rẹ, èmi yóò sì mú ọ mọ́ tónítóní."

Michael e Steven si sono tolti tutti i vestiti, ma io ho lasciato le mutande.

"Togliti le mutande", ha detto la mamma.

Michael àti Steven bọ́ gbogbo aṣọ wọn, ṣùgbọ́n mo fi aṣọ àwọ̀tẹ́lẹ̀ mi sílẹ̀.

Mọ́mì sọ pé, "bọ́ aṣọ àwọ̀tẹ́lẹ̀ rẹ".

Mi è venuto un nodo in gola. Sarah, una ragazza della mia età, abitava nella casa accanto.

Sarebbe stato già abbastanza brutto per una ragazza vedermi in mutande, figuriamoci vedermi nudo. Sentivo il cuore che mi batteva in gola.

Ó yà mi lẹ́nu. Sarah, ọmọdébìnrin kan tó jẹ ojọ́ orí mi, ń gbé lẹ́gbẹ̀ẹ́ ilé wa.

Yóò burú tó fun ọmọbìnrin kan láti rí mi nínú aṣọ àwọ̀tẹ́lẹ̀ mi nìkan, ká má ṣẹ̀ṣẹ̀ sọ wípé ó rí mi ní ìhòòhò. Mo nímọ̀lára pé ọkan mi ń dún nínú ọfun mi.

"Non voglio", risposi, accigliato e indicando la casa accanto alla nostra. "Sarah potrebbe vedermi nudo".

"Mi ò fẹ́ ṣe," Mo dáhùn, mo ń fajú ro mo sì ń tọ́ka sí ilé tí ó wà lẹ́gbẹ̀ẹ́ ilé wa. "Sarah lè rí mi ní ìhòòhò."

"Va bene, puoi lasciartele addosso", ha risposto la mamma con un grande sorriso. Ho sentito il mio stomaco nervoso e tremante tornare alla normalità.

"Ó dáa, o lè fi aṣọ sílẹ̀," Mọ́mì dáhùn pẹ̀lú ẹ̀rín mùkẹ̀mukẹ. Mo nímọ̀lára pé, ikùn mi ti o ń bẹ̀rù ti o ń gbọ̀n pẹ̀pẹ̀ pa dà si deede lẹ́ẹ̀kan síi.

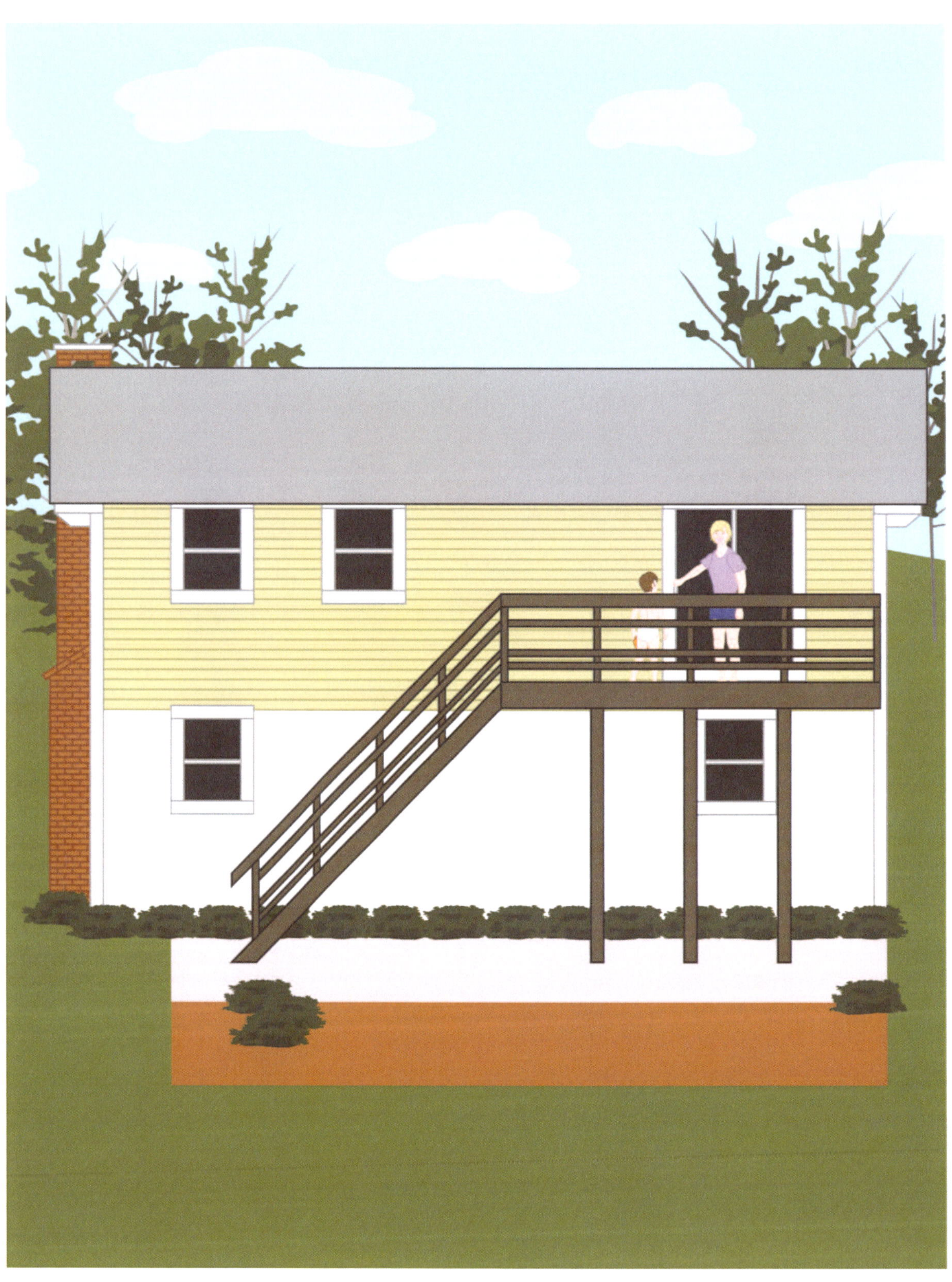

La mamma mi ha spruzzato per lavarmi, poi abbiamo salito le scale fino al pianerottolo e siamo entrati attraverso la porta scorrevole.

Mọmì fín mi di mímọ́, lẹ́yìn náà a rìn lọ sókè si òkè ilé àti inú ilé nípasẹ̀ ilẹ̀kùn ìwọsọ́tùúnsósì náà.

Dentro, mi sono sentito al sicuro, allora mi sono tolto le mutande. I miei fratelli ed io andammo velocemente, nudi, nelle nostre camere da letto e ci vestimmo di fresco.

Sono così felice di aver detto alla mamma come mi sentivo!

Nínú ilé, mo ní nímọ̀lára pé kò séwu, mo sì bọ́ aṣọ àwọ̀tẹ́lẹ̀ mi. Èmi àti àwọn àbúrò mi ọkùnrin sáré, ní ìhòòhò, sínú yàrá wa a sì wọ aṣọ tuntun.

Inú mi dùn pé mo sọ bí nǹkan ṣe rí lára mi fún Mọ́mì!

Informazioni sul libro: Richard è un ragazzo molto timido, sensibile e fantasioso. Non c'è niente di più imbarazzante per lui di essere visto nudo da una ragazza. La mamma capirà la sua situazione e lo aiuterà a uscire dalla situazione scomoda in cui si trova? Basato su una storia vera accaduta a Stormville, nello stato di New York, USA, intorno al 1979.

L'autore: Richard Carlson Jr. è un autore di libri bilingui per bambini. www.richardcarlson.com

L'illustratrice: Suzanne Carlson, artista dotata di un talento poliedrico, si diverte a creare un'ampia gamma di progetti. www.suzannecarlson.com